சீவ முள்ளு பார்வையிலே!

கவிதை தொகுப்பு

அழகேசன் அண்ணாதுரை

Copyright © AZHAGESAN ANNADURAI
All Rights Reserved.

Made with ♥ on the Notion Press Platform
www.notionpress.com

வாசிப்பை சுவாசமாக கொண்ட அனைவருக்கும் சமர்ப்பணம்.

ஏனென்றால் இந்த பதிப்பு முழுதாய் பிடிக்கவில்லை என்றாலும்

ஏதாவது ஒரு தலைப்பு அல்லது ஒரு வரி உங்களுக்கு

நிச்சயமாக பிடிக்கும் என்பதில் நான் முழு நம்பிக்கையுடன்

உள்ளேன்.

எல்லோரையும் திருப்தி படுத்த வேண்டும் என்ற நோக்கத்தில்

எல்லா தலைப்பிலும் எழுத முயற்சித்து இருக்கிறேன்.

இதில் இல்லாதவற்றை இரண்டாம் பாகத்தில் இணைக்க

உள்ளேன்.

பொருளடக்கம்

முன்னுரை   vii

நன்றி   xi

1. கவிதை தொகுப்பு   1

முன்னுரை

என்னைத் தெரியாத கோடான கோடி நண்பர்களுக்கும்,
பெரியவர்களுக்கும், என்னை தெரிந்த ஒன்றிரண்டு
நண்பர்களுக்கும், பெரியவர்களுக்கும் வணக்கம்
(பெண், ஆண் இருபாலர்களைம் சேர்த்துதான்).
ஒரு கவிஞனாக இருப்பதென்பது மிகவும் சிரமம்.
பார்க்கும் ஒவ்வொரு விஷயங்களையும் கண்கள்
படம் பிடிக்கனும், அதை மனதில் மாட்டி வைக்கனும்.
பின்பு மூளை அதற்கு அழகான வார்த்தைகளை
கோர்த்து கொடுக்கவேண்டும். என்ன தான் நீ!
உலகில் சிறந்த அழகை கண்டாலும் அதை
வார்த்தையாக கோர்க்க முடியவில்லை என்றால்
நீயும் ஒரு சராசரி மனிதனே!...
,
நான் படித்ததில் பிடித்தது...
"படிக்க தெரியாத ஆணிடம் கிடைக்க கூடாத
புத்தகம் பெண்" உண்மை தான்.
அதுபோல தான் இங்கே! கொடுக்க
மனமில்லாதவர்களிடம் தான் நிறைய பொன்னும்
பொருளும் இருக்கிறது, அன்பு செலுத்த
தெரியாதவர்களோடு தான் அதிகம் அன்பு
கொள்கிறார்கள், சரியான எதுவும் சரியானவர்களிடம்
போய் சேர்வதில்லை. பல சமயங்களில் அதிகாரமும்
இப்படிதான் அடைப்பட்டு போகிறது. இது போல தான்
என் இந்த எழுத்தும், நான் சரியா? இல்லை சராசரியா?

முடிவு உங்கள் கையில்...

,

என் எழுத்து மோகம் இச்சையை தூண்டுகிறது, பேப்பர்
பேனாவை காணும்போதெல்லாம் காதலியை
கண்டதுபோல் கட்டிப்பிடித்து கொள்கிறது என் விரல்கள்.
சிலரின் ஈமச்சடங்கில் வெற்றிலை, பீடி, சுருட்டு,
மது பாட்டில் இதுபோல் அவர்களுக்கு பிடித்தை
வைப்பார்கள் கல்லறையில், அப்படியானால் நான்
இறக்கும் போது நோட்டுகளையும்,பேனாக்களையும்
வைக்கவேண்டும் என் கல்லறையில்.
படித்ததில் பிடித்தது,
"செத்தால் தான் தீருமோ!
எந்தன் தீரா! காதல்"
நான் செத்த பின்பும் எனக்கு பிடித்த நோட்டையும்,
பேனாவையும் கல்லறையில் வைத்தால், பின்பு எப்படி
தீரும் எனக்கு இந்த எழுத்தின் மீதுள்ள மோகம்.
அப்படியானால் நான் அதை மாற்றி எழுதுகிறேன்.
"செத்தாலும் தீராதே!
எந்தன் தீரா! காதல்."

,

காதலே! தெரியாதவனையும் காதலிக்கவைக்கும்
ஈர்ப்பு பெண்ணின் கண்களிலும்,பேனாவின்
முள்ளிலும் தான் இருக்கிறது. ஒரு சரித்திரத்தை
படைக்கவும், ஒரு சரித்திரத்தை சரிக்கவும்
பெண்ணாலும் பேனாவாலும் முடியும்.
எத்தனையே! பெண்களை பார்க்கிறோம்
எல்லோருடைய பார்வையும் பிடிப்பதில்லை,

எத்தனையோ! வரிகளை படிக்கிறோம்
எல்லா வரிகளிலும் பிடித்தம் இல்லை. அதேபோல்
வரலாற்றில் வாழ்ந்த அத்துனை பேரின்
பெயரும் இன்று வரை நிலைத்திருக்கவில்லை.
,
இந்த கவிதை தொகுப்பை வெளியிடுவதால் என்ன
பயன் என்று நான் அதிகம் சிந்திக்கவில்லை.
பிடித்தவர்கள் ரசிப்பார்கள், பிடிக்காதவர்கள்
நன்றாக இல்லை என்பார்கள் அல்லது ஏதாவது
ஒரு இழி சொல்லை சொல்லி என்னை திட்டுவார்கள்,
ஒரு சிலர் ரசிக்காமலும் பிடிக்காமலும்
விட்டுவிடுவார்கள்.
இது தான் நடக்கும்...
,
எதுவுமே! செய்யாமல் இருப்பதைவிட எதையாவது
செய்வோம். அதிலிருந்து பாடம் கற்போம்
என்ற துணிவு தான் இந்த படைப்பு...

நன்றி

என்னை காயப்படுத்திய நல்ல உள்ளங்களுக்கு நன்றி

1. கவிதை தொகுப்பு

<u>எழுத்துப்பசி</u>

புத்தகப் பேழைக்குள்
பொத்தென்று
விழுந்துவிட ஆசை!
புழுவாக மாறி
ஒவ்வொரு எழுத்துக்களையும்
மென்று தின்று
ஏப்பம் விட ஆசை!
****

<u>ஏழைஎழுத்தாளன்</u>

ஒரு கணமும் விடியாது,
என்! விடியல்...
உயிர் போயும் போகாது,
என்!
தன்மான துணியல்...
,
எண்ணற்ற நாட்கள்
ஏட்டில் பார்த்த
இலைச்சோற்றோடு
உறங்கி விழித்ததுண்டு...
,
உறங்காமலும்
விழித்துக் கொண்டிருந்ததுண்டு...

,

என்

வயிறு சுருங்கிய போதும்,

வாழ்க்கை! குறைந்த போதும்,

எண்ணங்கள் சுருங்கியதில்லை!

எழுத்தும் குறைந்ததில்லை...

,

நான்!

உந்தன் துணையுண்டு

நம்பிக்கையோடு நீ!

எழுது என்று,

தூக்கமும்! அதை மறந்து

துணைக்கு நின்றது...

,

எழுதாமல் விட்டு வைத்த

எழுத்துக்களும் கூட,

என்!

மூளையை முட்டி

எண்ணங்களை எழுப்பிக்கொண்டிருந்தது...

,

வழிகின்ற கண்ணீரில்

எழுதிய எழுத்துக்கள்

நனைந்தாலும் கூட,

அதனால்!

அதை அழிக்க மனமின்றி

கண்ணீர்! பட்ட இடமெல்லாம்

நன்றாக,

பதியுமாறு செய்ததது எழுத்துக்களை...
,
குவளை நீர்! எடுத்து
கொப்பளிக்க வசதியில்லை!
இருந்தும் எப்படிதான்
ஏறியதோ!
என்!
இரு கண்களிலும்
கண்ணீர் துளிகள்...
,
எனக்கு பசித்த நேரமெல்லாம்
பேனாவின் மையை
பேப்பர் தான்
தின்று தீர்த்தது...
,
ஒரு சில நாட்களில்!
மை! தீர்ந்து போக,
என்! ரத்தத்தையும்
தின்று தீர்த்தது பேப்பர்...
,
இனிமேல்
கை! அறுத்தால்!
இருக்குமா? இரத்தம்
என்று தெரியவில்லை...
,
என்!
உடம்பில் சக்தியில்லை...

உனக்கு உதவாது என்று,
எனக்கு
வந்த மரணத்தையும்கூட,
நான்
மறுத்து அனுப்பிவிட்டேன்...
,
முடிந்தவரை வாழ்வேன்
முடியாமலும் வாழ்வேன்
என் எண்ணங்களும்
எழுத்துக்களும்
என்னோடு இருக்கும்வரை...
,
சிந்தனைகள்
தோன்றவில்லை என்றால்
செத்துவிடனும் இன்றோடு...
,
கற்பனைகள்
பிறக்கவில்லை என்றால்
கலந்து விடனும் மண்ணோடு...
,
விடியும்வரை கூட
விழித்திருக்கிறேன்...
,
கற்பனைகள்
தோன்றவில்லை என்றால்,
கருணை கொலை செய்துவிடு
கடவுளே!.

****

ஏன்!

ஏழைகளுக்கு மட்டும்
எங்கிருந்து தான் வருமோ!
பஞ்சமும், பசியும்,
பட்டினியும்...
****

இதழ் சுவை...

நெடுதூரம் நடந்து
நெடுநேரம் பேசிவிட்டு
சரி!
காலையில் சந்திக்கலாம்
என்று சொல்லி,
கையில் தான் ஒரு முத்தம்
தந்து சென்றாய் ...
அன்று இரவு முழுவதும்
ஓரே! எறும்பு தொல்லை...
நித்தமும்,
நீ எப்படி தான் உறங்குகிறாயோ!
****

ஆசை!

ஒரு முறை கூட
தானாய் சாக விருப்பமில்லை ...
ஆனால்!
பலமுறை
உன்னால் சாக ஆசையுண்டு...
****

ஆம்!
நீ!
எத்தனை முறை
என்னை
ஏறெடுத்துப் பார்த்தாலும்...
கால்நொடி பார்க்கும்
அந்த
கடைப் பார்வைக்கே
மதிப்பெண்கள் அதிகம்.
****

யாரிடமும் பேசாதே!
என்னவளே!
நீ!
என்னை தவிர
வேறு யாரிடமும் பேசாதே!
உன்
இதழ்களின் இடையே! வழிவதால்
மொழிகள் அனைத்தும்
முத்தங்கள் ஆகின்றன ...
****

அறிவியல் காதல்...
திடப்பொருளாய் உன்
முத்தம் ...
திரவப்பொருளாய் உன்
எச்சில்...
வாயுப்பொருளாய் உன்
சுவாசம்...

என்னுள் விதவிதமான
வேதியல் மாற்றங்கள்...
இனிதாய்
ஆரம்பித்தது என்னுள்ளும்
காதல்...
===========

என்னவா! இருக்கும்...

பேசாம...
பேசாமலே! இருந்திருக்கலாம்...
முன்பெல்லாம்
காரணம் இருந்தும்
கால் பண்ண தோணாது...
ஆனால்,
இப்பல்லாம் கால் பண்ணவே!
ஒரு காரணம் தேடுது
மனசு...
****

அழகு தான்...

சரியாது என தெரிந்தும்
அவள் சரி செய்த
ஒற்றை முடி
உதட்டை வந்து தழுவ...
எடுத்து சொருகுவது போல்
அதை மீண்டும்
இழுத்து விட்டுவிடும்
விரல்களும் அழகுதான்...
****

<u>உனக்காக...</u>

தனக்காக மட்டும் வாழாதே!
பிறர்க்காகவும் வாழு....
நானும் வாழ்ந்துக் கொண்டிருக்கிறேன்....
உனக்காக மட்டுமே...
****

<u>உண்மை தான்...</u>

என்னடி பிரச்சன
எனக்கும் உனக்கும்,
நீ பேசாம கூட இருந்துக்கோ...
ஆனா?
உன்ன பாக்காம இருக்க முடியல...
****

<u>காதலை உணர்ந்த கணம்...</u>

கையில் இருந்த
காகிதம் விழுந்தும்...
பையில் இருந்த
பணம் நழுவியும்....
காற்றோடு தென்றலாக
கடந்து சென்ற உன்னை!
பிரம்மித்து பார்த்த
அந்த கணம்!
,
நாள்தோறும்
நான் போகும் வழியை விட்டு
நீ! வரும் வழியில்
நெடுநேரம் காத்திருந்து....

பார்க்கின்ற அனைவரும்
என்னை பைத்தியம்
என்று நினைத்து...
ஒரு சிலர்
ஒன்றிரண்டு ரூபாய் காசையும்
என் மேல் வீசி செல்ல...
கடைசி பேருந்தும்
கடந்தது தெரியாமல்
நான் கால் நடையாக
வீடு வந்து சேர்ந்த
அந்த கணம்!
,
உன் பார்வை
என் மீது
படும்போது மட்டும்
மின்னலே! இல்லாமல்
இடியே! இடிக்காமல்
சித்திரை வெயிலிலும்
மழை அடிக்கும்
என் மனதில்!
அந்த கணம்!
,
திருவிழா நேரத்தில்
திரண்டிருந்த கூட்டத்தில்
உன்னை பார்க்க ஓடிவந்து
வேறொருப் பெண்ணை பார்த்து
ஏமாந்து

வீடு திரும்பிய,
அந்த கணம்!

,

நேரங்கள் மாய்ந்து விட...
நிசப்தங்கள் தொடங்கி விட...
உன்னைப் பற்றிய நினைவுகளில்
ஒன்றிரண்டை நான் எழுத...
விடிந்ததே! தெரியாமல்
விழித்திருந்த,
எத்தனையோ இரவுகளின்...
அந்த கணம்!
****

<u>பிரிவோம்!சந்திப்போம்!</u>
உறவுகளை விட்டு
பிரியும் போது...
மீண்டும் எப்பொழுது
பார்ப்போம் என்ற
ஏக்கங்கள் கண்ணில்...

,

நண்பர்களை விட்டு
பிரியும் போது...
பழகிய நாட்களின்
மகிழ்ச்சியை
நெஞ்சில்
சுமந்த படி...
கணத்த இதயத்தோடு
விடைப்பெறுவார்கள்...

,

காதலர்கள்
பிரியும் போது...
சொல்லாமல் சென்று விடு...
இல்லையேல் என்னை
கொன்றுவிட்டு சென்று விடு...
உன்னை
பார்ப்பது இதுவே
கடைசி என்றால்!
எனக்கும் இன்று தான்
கடைசி நாள்...
என்னிடம் நீ!
பேசுவது இன்று தான்
கடைசி நாள் என்றால்!
பேசாதே!
என்னை
கோழையாக்காதே!
அழவைக்காதே!
என்று
தூக்கு மேடைக்கு செல்லும்
கைதியை போல்
துடிதுடித்து போவார்கள்...

,

கணவன் மனைவி
பிரியும் போது...
உன்னோடு உரையாடவே
என் சிந்தனைகளை

சேமித்து வைக்கிறேன்...
இறுதியில் இது
தற்காலிகமானது தான்
என்று நினைத்துத்
தாங்கிக்கொள்கிறேன்...
நீ! இருந்த இடத்தில்
தலையணை வேண்டாம் என்று
கொஞ்சம்தள்ளி வைக்கிறேன்...
உன்னோடு உறங்குவதற்கு
என் தூக்கத்தை எல்லாம்
தூர வைக்கிறேன்...
உன்னுடனான நாட்களில்
முத்தத்தின் முழுமையும்
கட்டி அணைப்பதில் வலிமையும்
தீராத காமமும்
தீர்ந்துவிடும் இரவும்
இருக்கும் என்ற
எதிர்பார்ப்புகளோடு...
****

வாழ்க நீ!

ஆண்டவன் அவளுக்கு
அளவான இடுப்பையும்
வளமான வனப்பையும்
நிறைவான நெஞ்சையும்
கொடுத்ததை பார்க்கையில்
எனக்கு
குறைவான ஆயுளையும்

கொடுத்திருப்பதை உணர்ந்தேன்...
தெரிந்த அமைப்புகள்
என்னை
பாடாய் படுத்த....
தெரியாத அழகுகள்
என்னை
தூங்கவிடாமல் துரத்த...
என்ன சொல்லி
என்னை தேற்றுவேன்...
என்ன சொல்லி
உன் பிறை போற்றுவேன்...
****

நாகரீகம்!
இலை எடுத்து
முலை மறைத்தாள்
கற்கால மனுசி...
,
நவநாகரீகம்!
ஆடை அதிகவிலை
என்பதாலோ!
என்னவோ!
மானம்
மலிவு விலைக்கு
கிடைக்கிறது
மானம்
மலிவுவிலைக்கு
கிடைப்பதாலோ!

என்னவோ!
கற்பு
கம்மி விலைக்கு
விற்கபடுகிறது...
****

<u>எனக்கு என்ன ஆச்சோ!</u>
நீ!
ஒவ்வொரு முறை
பார்க்கும் போதும்
என் உயிர்
போனால் போகட்டும்
என்று தான்
உன்!
கண்ணைப் பார்க்கிறேன்...
ஆனால்,
இப்போ!
ஒரு வாரமா!
உன்ன பாக்கல...
உண்மையாகவே!
உயிர் போவது
இப்போதுதான்.
உன்னிடம் பேசவேண்டும்
என்று ஆசை...
இருந்தும் நீ!
பேச மாட்டாயோ!
என்ற அச்சம்!
இருந்தும்...

முன்பு போல் எதார்த்தமாக
பேச முடியாமல்
ஏங்கித்தவிக்கிறேன்
நீயும்!
இப்போதெல்லாம்
என்னிடம்
இடைவெளியை
கடைப்பிடிக்கிறாய்...
****

ஏமாற்றம்!
பல படைகளை கடந்து
தடைகளை தகர்த்து
சோழத்து தளபதியாக...
வீரத்தின் அதிபதியாக...
முன்னேறி வந்து
நான் உன்!
முன் நின்றால்...
நீ! என்னை
கண்டுக்கொள்ளாமலே!
கடந்து செல்வாய்...
என் ஆசைகள்
ஆங்காங்கே!
சிதறிக் கிடக்கும்,
போரின்
பிணக்குவியல்களாக...
****

என்ன சொல்ல!

நீ!
என்னை விட்டு
இவ்வளவு தூரம்
செல்வாய் என்று
தெரிந்திருந்தால்...
உன் தம்பியாகவோ!
அல்லது அண்ணனாகவோ!
கூட உன் அருகிலிருந்து...
அன்பு முழுதையும்
பெற்றிருப்பேன்!
****

<u>காதல் விளையாட்டு...</u>
உன்னை
மறக்கவேண்டும் என்று
என் மனம்
நினைத்த போதெல்லாம்...
என் எதிரே! வந்து
என்னை இம்சை செய்தாய்...
உன்னை
பார்க்க வேண்டும் என்று
நான்
எதிர்பார்க்கும் போது...
என்னை
தவிக்கவிட்டு நீ!
தள்ளி நின்று பார்க்கிறாய்...
****

<u>உளறல்கள்...</u>

உன்னை!
மறக்க முடியுமானு
தெரியல...
இருந்தும் எனக்கு
வேற என்ன பன்றதுனு
புரியல...
அதனால்!
நீ! என்ன விரும்பல...
உனக்கு என்ன பிடிக்கலன்னு
ஏதாவது ஒரு பொய்யச் சொல்லி...
ஏமாத்திடலான்னு இருக்கேன்
என் மனச...
****

<u>மீளமுடியவில்லை...</u>
என்னவள்! எனக்கு
கண்களை பார்த்து பேச
கற்றுத்தந்தவள்...
அதனால் தானோ!
என்னவோ!
நான்!
இப்பொதெல்லாம்
பெண்களிடம் பேசுவதையே!
தவிர்க்கின்றேன்.
****

<u>காதல் ஹைக்கூ....</u>
எப்படி தான்
இம்சையின்றி வாழ்கிறார்களோ!

காதல் இருக்கும்
இந்த கன்றாவி
உலகத்துல....
****

கண்டிப்பா!
உங்க வீட்டுல
கரன்ட் இருக்காதுன்னு
நினைக்கிறேன்.
****

அதிகாலை சூரியன்
ஆயிரம் முறைக் குளித்தாலும்
உன்னை போல சிவப்பு
ஒருபோதும் வராது அழகே..!
****

அந்த
சிலை கட்டிய சேலையில்...
சிதைந்து போனது மனசு...
****

அந்த
சிலை கட்டிய சேலையில்...
சிக்கிக்கொண்டது உசுரு...
****

சின்ன வயதிலிருந்தே!
எனக்கு
சீனிப்பண்டம் பிடிக்காது,
நீ! வைத்த
இதழ் முத்தம் ஏனோ!

இன்னும் கேட்கிறது
என் இதழ்கள்...
****

எனக்கு இரவல்
வாங்கும் பழக்கமில்லை,
இருந்தும்
வேறு வழியுமில்லை...
உன்!
இதயத்தை இரவல்
கொடுப்பாயா?
****

என்
கனவு வரைக்கும்
வந்து கூட,
காட்டாமல் சென்றுவிட்டாள்
முகத்தை...
****

என் மனம்
தூய்மையாக தான்
இருந்தது...
நீ!
என் கண்களை
கெடுக்காத வரை..
****

காதல்
வலிக்கொடுக்காது,
அதை நீ!

துன்புறுத்தாத வரை....
****

எப்படி உனக்கு புரியவைப்பது?
உன்னை
பார்க்கும்போது மட்டும்
ஒரு அச்சம், தவிப்பு,
படபடப்பு,
பாதையில் தடுமாற்றம்
என் பார்வையில்
ஒரு
ஏமாற்றம்...
,
ஒன்றிரண்டு
நிமிடங்கள் மட்டுமே!
உன்னை
பார்க்க முடிகிறதே!
என்ற ஏக்கம்...
,
நீ!
கடந்து செல்லும் போது
என்னை கண்டுகொள்ளாமல்
சென்றால்!
ஆயிரம் பேர்களுக்கு
மத்தியில் நான்
அம்மனமாய் நிற்பது போல
என் மனமே!
என்னை மானபங்கப்படுத்தும்...

,
என் நிழல் கூட
என்னை
நிர்வாணப்படுத்தும்...
,
நீ!
பேசவில்லை என்றாலும்
கொல்லும் பார்வையால்
என்னை
கொத்திவிட்டு போ!...
,
இந்த
பொறாமை கொண்ட பூமியில்
கொஞ்ச நாள் பெருமையோடு
வாழ்கிறேன்...
,
இந்த
மானங்கெட்ட உலகில்
சில நாள் மரியாதையோடு
வாழ்கிறேன்...
,
என்
மரண தேதியை
முடிந்தவரை
மாற்றி வைத்துக்கொள்கிறேன்....,
****
மீண்டும் எப்போது கிடைக்கும்...

உங்கிட்ட நான்
வாயகுடுத்து வம்பிழுக்கனும்
வாய் நிறைய உன்ன
வாடி போடின்னு கூப்பிடனும்...
,
என் மனசு நிறைய
என்ன நீ!
வாடா போடான்னு திட்டனும்...
,
நம்மிடையே!
ஒரு நிமிட யுத்தம்
ஓராயிரம் முத்தம்
இது
நிகழ வேண்டும் நித்தம்...
,
இதழ்கள் நான்கையும்
இழுத்து தைக்கனும்...
,
உடல்கள் இரண்டையும்
ஒட்டி வைக்கனும்...
,
விடிந்தது தெரியாமல்
நான்
உன் விழிகளையே! பார்க்கனும்...
,
தைத்துவைத்த இதழ்களும்
ஒட்டிவைத்த உடல்களும்

வீம்புக்கு கூட
விட்டு விலகாமல்
நாளும் நகரனும்
நானும் நீயும்...
,
கொடுத்த வாக்கும்
கொடுக்காத நாக்கும்
எப்போது சுவைப்பேனோ!
அதை
நான் எப்போது மறப்பேனோ!...
,
நான்
என்ன செய்தாலும்
என்னை
சரிசெய்ய முடியாது
உன் முத்தத்தை தவிர...
****

<u>பேனாவின் காதல்!</u>
அவள் பெயரை
காகிதத்தில் எழுதி எழுதி
பேனாவின் மோகமுள்
தேக பேப்பரை
தினம் தினம் தழுவ...
,
இரண்டிற்க்கும் இருந்த
இடைவெளி குறைந்து
பேனாவிற்கும் பிறந்தது

காகிதத்தின் மீது காதல்.
****

<u>மை வித்தைக்காரி...</u>
உன் கண்களுக்கு
மை! விட்டிருக்கிறாயா!
என்று கேட்டேன்,
அவள்,
இல்லை என்றபோதுதான்
எனக்கு மை! வைத்த விசயம்
எனக்கே! தெரிந்தது....!
****

<u>ஏமாற்றம்...,</u>
என்னை புடிச்சிருக்கு
என்று
பொய் சொல்லிவிட்டாவது
கல்யாணம் கட்டிக்கொள்,
என்ன செய்வதென்று தெரியாமல்
ஏமாந்து அழுகிறது
என் மனசு...
****

<u>கண்பேசும் வார்த்தைகள்...</u>
உன்னோட நான்!
பேசுனது இல்ல...
நீ! பேசுவியா!
இல்ல
ஊமையான்னும்
எனக்கு தெரியாது

ஆனா!
ஓங்கண்ணு
நல்லாவே பேசுது...
****

<u>பொறாமை!</u>
உன்னோடான உறவு
வெறும் எதார்த்தம்
என்று தான்
நினைத்திருந்தேன்
நீ! வேறு
ஒருவரோடு சிரித்து
பேசியபோது
சிதைந்து போனது
மனசு...
****

<u>கள்ளி!!!</u>
என் ஆசை அறுந்து
உன் மேல் ஊர்ந்து
கால் நகம் கடித்து
கண்களை படித்து
நான்,
பூ! போர்த்திய
இலையாய் இருக்கும்
உன்
ஆடை அவிழ்கையில்...
நீ!
கஷ்டப்பட்டு உன் கண்களை மூடுகிறாய்...

உன் கண்களை பார்க்கவா?
கலைத்தேன் ஆடையை!
****

உடுத்திக்(கொல்லடி)கொள்ளடி என்னையும்...

ஆத்தங்கர ஓரத்துல

ஆத்தாடி நீ! குளிக்க

மீன் பாத்த அழகையெல்லாம்

நான் பாத்தா! ஆகாதோ!

தண்ணிக்கே! தாகம் வரும்-உன்

தாவணிக்கே! மேகம் வரும்...

நீர்துளிகள்,

நெத்தி வச்ச பொட்டு,

கழுத்து மணி,

காதோர கம்மல்,

கை பேசும் வளையல்,

கால் இசைக்கும் கொலுசு,

தாவணி பாவாடை,

ததும்பி நிக்கும் ரவிக்கை...

இவையெல்லாம்

புண்ணியம் செய்திருக்க,

இந்த பாவி

என்ன? பாவம் செய்தேனோ!

=========

கனவுகள்...

ஒரு நாள் கூட

ஒத்திகை பார்த்ததில்லை...

ஒப்பனை, சிகை அலங்காரம்

ஒப்புக்கு கூட இல்லை...
எத்தனையோ கதாபாத்திரங்கள்,
கதாநாயகிகள்,
ஆனால்!
நான் மட்டுமே! கதாநாயகன்...
விடியும் வரை
என் விழித்திரையில் மட்டுமே!
திரையிட்ட
காட்சிகளுக்கு கதாசிரியர் யாரோ!
==========

எப்படி வந்தது?
ஒரு செடியின் கிளையில்
இரு நுனி இலையின் நடுவில்
மௌனமாய் காத்திருக்கும்
மொட்டே...
,
பூ!
ஒன்று பூப்படையும்
புதுமை காண்கிறேன்
மொட்டொன்று சட்டென்று வெடித்ததில்...
,
நீ!
இருந்த இனிப்பையெல்லாம்
வண்டுக்கு வழங்கிவிட்டு
உதிர்ந்து போகிறாய் உருவின்றி...
,
பின்பு

காம்பின் நுனியில்
கட்டிவிட்ட கல்போல்
பிஞ்சென்று ஆடிக்கொண்டிருப்பது
அதிசயம்...
,
இலைகளின் மறைவிலும்
கிளைகளின் உறைவிலுமாக,
நாளொரு மேனியும்
பொழுதொரு வண்ணமும்
வளர்கிறாய்...
,
நான்!
கல்லெடுத்து உன்
காம்பறுக்க,
நீ!
சோகத்தை மறைத்து
சுவை தருகியாய் எனக்கு....
,
வண்டுகள்
வாய்வைத்து வற்றிப்போன
பின்னும்,
காற்று கருகலைத்தும்,
மழைத்துளிகள் மகரந்தம் குடித்தும்
எப்படி இருக்கிறது
இன்னும் இனிப்புச்சுவை...
****
<u>பழம்! கிளி!</u>

வட்டமடிக்கும் வண்டுகளுக்கு பயந்து
தன்னை மூடிவைக்கிறது மொட்டுக்கள்...
,
நீ!
என்றாவது ஒரு நாள்
எனக்குத்தான் என்று
வாய்விட்டுச் சிரித்தன வண்டுகள்...
,
பின்பு ,
அதுபோலவே!
வண்டுகளுக்கு வாழ்க்கைப்பட்டது
மொட்டுக்கள்...
,
மொட்டுக்களின் இதழ்களில்
மூச்சுமுட்ட
முத்தம் குடித்தது
வண்டுகள்...
,
மொட்டுக்களின்
சம்மதம் இல்லாமலே!
சாந்தி முகூர்த்தம் நடந்தது
அங்கு...
,
உலக உயிரினங்களின் இனப்பெருக்கம்
ஒத்த உயிரினங்கள்
ஒன்று சேர்ந்தால் தான்...
,

ஆனால்,
,
இங்கு பூவோடு
வண்டு கொண்ட புதுமையான
உறவால்!
,
காற்று கருகலைப்பில்
கலந்து கொண்ட
போதும்...
,
மழைத்துளிகள்
மறுபடியும் குளிக்க
வைத்தும்...
,
பிஞ்சுக்குழந்தை ஒன்று
பிறந்தது பூவின் காம்பில்...
,
இலைகளின் இச்சைகளையும்
கிளைகளின் கீறல்களையும்
கடந்து
பருவப்பெண்ணென
பழுத்து நின்றது...
,
பின்பு,
,
கீச் சென்று கிளையமர்ந்த
கிளியொன்று,

கிழித்து சுவைத்தது
அதன் மேனியை...
****

மரண வாக்குமூலம்

நான் முன்னம் வைத்த கால்களை
பின்னம் வைத்து பழக்கமில்லை..
இருந்தும்,
நீ! முன்னே! வந்து நின்றால்
நான் முன்னேறி செல்ல முடியவில்லை...
என்னை மிரட்டும்
உன் கண்களைப் பார்க்கையில்!
மீண்டும் ஓர் உலகப்போர் வெடிக்கின்றது
என் மனதில்...
,
இந்த முறை
தோட்டாவுக்கும், சதைக்குமல்ல...
சண்டை,
பீரங்கிக்கும், அணுகுண்டுக்குமல்ல...
போர்,
அச்சு நாடுகளுக்கும் நட்பு நாடுகளுக்குமல்ல..
யுத்தம்,
உன் கண்கள்
என்னும் கணையெடுத்து
புருவங்கள் என்ற வில்லில் பொருத்தி
அடிக்கிறாய் நீ!
,
ஒரே வில்லில் இரண்டு அம்பு...

,

உன்

இமையென்னும் ஈட்டி எடுத்து
நீ!
இதயமே! இல்லாமல் அதை
என் மீது தொடுத்து...
குத்துயிரும் கொலையுயிருமாய்
நான்
குத்துப்பட்டு கிடக்கையில்,
உன் கூந்தல் கொண்டும்
என் குரல்வளை நெரிக்கிறாய்..

,

உயர்திரு,
காவல்துறை அதிகாரி அவர்களுக்கு,
நான் சுய நினைவோடு எழுதும்
மரண வாக்குமூலம்...

,

என்னை ஒருத்தி
குத்தி கொலைசெய்து
வெட்டி வதம் செய்து
சாகடித்து விட்டாள்...

,

கொலைக்கருவிகள் அவள்
கண்கள்!
இமைகள்!
புருவங்கள்!
கூந்தல்...!

,

இவையனைத்தும்
உலகப்போரின் போது
ஒளித்து வைக்கப்பட்ட
ஆயுதங்கள்...
****

<u>முரண்பாடுகள்...</u>

என் நீங்காத எண்ணங்கள் - அது
இன்றும்
வெறும் நிறைவேறாத ஆசைகள்...

என் சொல்லமுடியாத வலிகள் - அது
யாரோ!
எனக்கு கொடுத்த சாபங்கள்...

என் சந்தோஷங்கள் - அதை
நான் நினைக்கும் போதே
முடிந்து போகிறது...

என் சோகங்கள் - அதை
நான் மறக்கும் போதும்
பின் தொடர்கிறது...

என்னை கண்டதும்
எரியும்விளக்கு கூட
எண்ணெயில்லை போ!

என்கிறது...

என்னை கண்டதும்
திரியும் காற்று கூட
தீர்ந்து போனேன் போ!
என்கிறது...

நான்
விழிகளை விழிக்க வைத்தால்!
இமைகள் இறுக்கமாக
மூடிக்கொள்கிறது...

நான்
இமைகளை இறுக்கமாக
திறந்து வைத்தால்,
விழிகள் விழிக்க
மறுக்கிறது...

எனக்கு வெற்றியை நினைத்தால்
ஆசையாய் இருக்கிறது...

ஆனால்!
தோல்வியை நினைத்தால்
பாவமாய் இருக்கிறது...

எனக்கு

என்றாவது கிடைக்கும்
வெற்றியை விட...

என்னை
தொடர்ந்துகொண்டே இருக்கும்
தோல்வியே! பிடிக்கும்...

வெற்றியே! என் விரோதி...

தோல்வியே! என் தோழன்...

என் வாழ்க்கை
முன்னுக்கு பின் முரண்படுகள்..

இருந்தும் இதில்
எனக்கு முழு உடன்பாடுகள்.
****

<u>காதல் மனு</u>

செடி நுனியில்
கொழுந்திலையில்
இரு பிளவுகளுக்கு இடையில் பூத்த
மலராய் உன் முகம்.

நீ!
பிறந்தவளா?
இல்லை,

நிலவிலிருந்து பிரிந்தவளா!
இல்லை,
இயற்கையிலிருந்து உரிந்தவளா!

தாவரவியலாய் வளையும் நெளியும்
உன்
அழகினை பார்க்கையில்
என்னுள்
விதவிதமான வேதியல் மாற்றங்கள்.

நீ!
என்னிடம் பேசாமலே!
கடந்து சென்றாலும்
என்மேல் உரசி
உன் துப்பட்டா என்னிடம்
துக்கம் விசாரிக்கும்.

நானோ!
நீ! வேண்டுமென்றே
என் மீது
விட்டுவிட்டு செல்வதாய்,
ஆறுதல் அடைவேன்.

நீ!
என்னிடம்
நெருங்கி வரும்போதே!
சந்தேகப்பட்டேன்...

காரணம்?

பிரிவையும்
இவள்
கூடவே! கூட்டிவருவாளே!
என்று.

இன்று
பிரிந்திருக்கும் போது
சந்தோசப்படுகிறேன்,

காரணம்?

நம்
நெருக்கத்தின் நொடிகளை
நித்தமும் நினைத்து.

நான்
பொன்னுக்கும்
பொருளுக்கும்
ஆசைபடுபவன் அல்ல.

பெண்ணுக்கும்
உன்
பேரழகுக்கும்!

அடிமையானேன்.

என்னை
காதலித்து விடு,
இல்லை
கருணை கொலை
செய்துவிடு

வீதியில்
விட்டுவிட்டு போகாதே!

நாதியத்த பிணங்களில்
நானும் ஒருவனாவேன்.
****

<u>**நியாயம் இல்லா காயங்கள்...,**</u>

எனக்கு பிடித்த இசை - அது
அவளுக்கும் பிடிக்கும்,

அதனால் தானோ!
என்னவோ!

அந்த
பாடல் கேட்கும் போதெல்லாம்
அவளுடைய நியாபகமாகவே!
இருக்கு...

அவள் இதையெல்லாம்
ரசிப்பாளோ!

இன்னும் என்னை
நினைப்பாளோ!

ஒவ்வொரு நாளும்
உயிர் போகும்
வலி...

என்னுள் இருக்கும் சதைகள்,
தீப்பிழம்புகளாய் தெரிகிறது
என் உணர்வில்...

இறந்த உடலை
எரிக்கும் போது
ஈரலின் மென்மை
எப்படி தெரியும்...

இறந்து போன
உடல் அருகே! இருந்து
கொண்டு அழுமாம்
உயிர்...

உடல் மட்டும்
கிடப்பது ஊருக்கே!
தெரியும்...

உயிர் அங்கே!
அழுவது யாருக்கு
தெரியும்.

நான்
உயிரோடு இருக்கும் போதே!
உணர்கிறேன்,
இவையனைத்து
என்னுள் நித்தமும்
நிகழ்வதாய்...
****

<u>அவனுக்காய் காத்திருக்கும் அவள் உளறல்கள்</u>

நெஞ்சம்
உறங்கலையே!
நெடு நாளா!
தோதில்லையே!

பஞ்சம்
அடங்கலையே!
பாவி மவ...
தூங்கலையே!

கொஞ்சம்
கிடைக்கலையே!
கொடுத்த முத்தம்

வாய்க்குள்ளேயே!

தஞ்சம்
அடையலையே!
தவிச்ச மனம்
தனியலையே!

வஞ்சம்
தீரலையே!
வாய் பூட்ட
வழியில்லையே!

மஞ்சம்
தேடலையே!
மறந்திடவும்
தோணலையே!

கஞ்சம்
நீயில்லையே!
கனாதொல்லை
ஏனில்லையே!

****

<u>உயிரற்ற உணர்வுகள்...</u>

கண்டாங்கி சேலைக்கெல்லாம்
கண்ணிருந்ததென்றால்

அழகே! நீ! என்னை
அவிழ்க்காதே!
என்று சொல்லும்.

பூ! போட்ட பாவாடைக்கு
புருவம் இருந்ததென்றால்
போதாது மோட்சம்
என்று
புலம்பி கொஞ்சம் தள்ளும்.

காதோடு
மாட்டிகொண்ட ஜிமிக்கிக்கு - உன்
காலோடு நடைபழக ஆசை.

காலோடு
கட்டிக்கொண்ட கொலுசுக்கு - உன்
கழுத்தோடு களமிறங்க ஆசை.

கழுத்தோடு
ஒட்டிக்கொண்ட மாலைக்கோ! - உன்
கூந்தலோடு குடியேற ஆசை.

கூந்தலோடு
பின்னிக்கொண்ட பூவுக்கோ! - உன்
இதழ் தேனில் இனிப்பருந்த ஆசை.

நடமாடும் இராட்சசியே!

முடமாக்கி,
என்னை அடைத்து வைத்திருக்கிறாய்
உன் அழகில்...
****

<u>கொலைக்கருவிகள்!</u>

எனக்கு தெரிந்த
இரண்டு கொலைக்கருவிகள்,,,

உன் பார்வை !
உன் சிரிப்பு !
****

<u>கொலைகாரி!</u>

என்
உயிர எடுத்து
போறவளே!

என்ன
உயிரோட எடுத்து
போறவளே!

வலி தாங்க
முடியலையே!

வெளிய சொல்ல
வழியில்லையே!

வெட்டு இல்லாத
காயங்கள் கண்டேன்

காயங்கள் இல்லாத
வலிகளும் கொண்டேன்

மருந்தே! இல்லாத
மன நோய்க்கு
ஆளானேன்

கத்தி குத்தி
கிழியாத என்
மனசு

அவ
கண்ணுக் குத்தி
கிழிந்துப் போனது

அவளை
அழகாக படைத்த
ஆண்டவனே!

என்னை
பார்வையற்றவனாக
படைத்திருந்தால்
என்ன?

ஆண்கள்
வர்க்கம் அழிந்து
போகும் முன்

கடவுளே!
அவர்களை காப்பாற்று......

அந்த கொலைகாரியிடம்
இருந்து.
****

உன் கண்ணை பார்க்க வந்தேன்...,

துடைக்காதே! பெண்ணே!
அது தூசியல்ல,
நான் தான்.

எட்டிப்பார்க்க வந்து
உன் இமை தட்டி
விழுந்து விட்டேன்.

விரல் கொண்டு விரட்டாதே!
நகம் கொண்டு நகர்த்தாதே!
கைகுட்டையால் கசக்காதே!

விட்டுவிடு என்னை

நானாய் விழுந்திடுவேன்
என் ஆசை தீர்ந்ததும்.
****

<u>நான்!</u>

காலையில்
விழித்து எழுந்தேன்
உலகின்
இருள் விடிந்தது...

தரையில்
விழுந்து எழுந்தேன்
உலகின்
பொருள் புரிந்தது...
==========
<u>என் மன உளறல்கள்...</u>

இயற்கையாய் இளைத்தவளே!
இரு புருவம்
முளைத்தவளே!

பெண் அழகின்
சாபம் நீ!

எல்லோரும் உடுத்திக்கொள்வார்கள்
இது
எனக்கு பிடித்த

உடை என்று.

ஆனால் !

உடைக்கு பிடித்தவளும்
நீ! தான்,

உடைக்கு பிடித்தவாறு
உடல்வாகு கொண்டவளும்
நீ! தான்,

செந்நிற சேலையில்
வெண்ணிற பற்க்கள் கொண்டு
வெளீரென்று
நீ! சிரிக்க,

சேலை கட்டி
பூ! பூத்ததாய்
புதியதொரு
உவமை எழுதினேன்.

உன்
தலை தரை குனிந்து,
புருவம் உயர்த்தி
என் தலை பார்க்காதே!

என் கழுத்து

உன் கால்களுக்கு
கீழ்.

தலை நிமிர்ந்தும்
என்
தலைப் பார்க்காதே!

உன் நேர்த்தியான பார்வையில்
நிலைகுலைந்து

என் பேச்சும்
பேதலித்து போகும்
முடியாதென்று
சொல்லிவிடாதே!

என் மூச்சும்
முடித்துக்கொள்ளும்
உயிரை,

உனக்கு பிடிக்காத என்னை
இந்த உலகம் பார்க்க
வேண்டாமென்று...
****

ஓசை!

ஓசை!
அடங்காமல் ஆர்ப்பரிக்கும்

அருவியின்
அலசல்...

ஓசை!
கன ஓய்வின்றி
கசிகின்ற கருவியின்
கதறல்...

ஓசை!
அவள் இதழ் பிளக்க,
எனக்கு மட்டும் சிரிப்பின்
சிதறல்...

ஓசை!
அவள் கண் அவிழ்க்க
எனக்கு மட்டும் மழையின்
தூறல்...

ஓசை!
அவள் கடந்து செல்ல
தூவாதோ! நறுமணச்
சாரல்.
****

<u>கொலுசு (கண்) மணிகள்!</u>

கொலுசணியாமல்
மணியோசை எப்படி?

அவள்
கணுக்கால் கண்டேன்
காரணம் புரியவில்லை...
அவள்
கண்களை கண்டேன்
(கண்) மணிகள்
தெரிந்தன!

****

என்னை (ஏ)மாற்றியவள்!

ஊனமுற்ற சிறுவர்களுக்கு
உதவி செய்கிறாய்...
அனாதை சிறார்களை
அன்போடு கொஞ்சுகிறாய்...
அதையெல்லாம் கண்டு
ஆனேன் நானும் இன்று
மனநலம் குன்றிய
மாணவனாக...
****

அழகிய விஷம்!

உன்னிடம்
பேசிய வார்தைகள்
சாகடிக்கப்படும்போது,
பேசாத மௌனங்கள்
சந்தோஷப்படும்

என்னுள்.

நாம்
விழிகளால் பசியாறிய போது
மொழிகளால் விருந்து
வைப்பாயா? என்று
ஏக்கமடைந்தேன்.
பின்பு நீ!
மெல்லிய
குரல் உயர்த்தி
வல்லிய வார்தைகளை வீச!
விருந்திலும் மருந்து வைத்தாய்
ஏமாற்றமடைந்தேன்.

உணர்ந்தேன்!

ஆணவத்தின் அடுத்தபெயர்
அழகென்ற பழமொழிக்கு
பணிந்தேன்
நானும்..
****

<u>இது எப்போது நடக்கும்...</u>
ஏ!
எழுத்துக்களே!
இஷ்டமில்லையோ!
என்னுள் கவி குழந்தையாய் பிறக்க...

நான்
தூங்காமல் காத்திருக்கிறேன்
தொட்டில் கட்ட...

காகிதத்தோடு பேனாவை
பிடித்துக்கொண்டு...

வைரமுத்து, வாலியிடம்
நீ!
பத்தோடு பதினொன்னு...
நீ!
வந்தாயென்றால் என் சிந்தனையில்
என்னோடு நீயுமொன்னு...

என் அடிமனதோடு
அழிந்து போகாதே!
என் சிந்தனையோடு
செத்துப் போகாதே!
என் பேனாவில் வந்திறங்கு
காகிதத்தில் வந்துறங்கு

எழுதி முடித்தவுடன்
எழுப்பிவிட்டேன்

என்றால்!

அரசியலை அழிக்கனும்,
சினிமாவை சிதைக்கனும்,
முட்டாள் முழுமையாகனும்,
முழுமை கவிஞனாகனும்,
கவிஞன் அறிஞனாகனும்,
அறிஞன் ஞானியாகனும்
ஞானி மனிதனாகனும்,
மனிதன் இவ்வுலகை ஆளனும்.
****

<u>சொல்லாத காதல்...,</u>
பொண்ணுப் பாக்க
போனப்பவே! கேட்டிருக்கலாம்...
கல்யாணத்துக்கு முன்னாடியே!
கண்டிப்பா சொல்லிருக்கலாம்...

,

நாலு வருசம் கழிச்சி
நாசுக்கா! கேக்குறா
என் மனைவி...
தேன்மொழிய தெரியுமா?
உனக்கு என்று...

,

அவள மறக்க நெனச்ச...
ஆசைக்கு அடையாளந்தா...
என்ன மாதிரி ஒரு மகனும்
ஒன்ன மாதிரி ஒரு மகளும்ணு...

,

எப்படி சொல்லுவேன்
என்னன்னு சொல்லுவேன்
அவக்கிட்ட...

,

சத்தமில்லாம நெஞ்சை...
சாத்திவச்சத சொல்லவா...
அழுக சத்தம் கேட்காம நா!
அடக்கிவச்சத சொல்லவா...

,

(ரொம்ப நாளைக்கு அப்றோம் பழைய நினைவுகள்)

,

ஒன்னப்பிடிக்கலன்னு
ஓங்கி நீ! அரஞ்சும்
இந்த கருவா! பயல,
காதலிக்க மாட்டேன்னும்,
அதுக்கு பாழுங்கெணறே!
பரவால்லன்னு சொல்லியும்...

,

ஒம்பிஞ்சு விரல்களுக்கோ!
பிடிச்சது எங்கன்னம்...
அஞ்சு விரல் பதிஞ்சும்
ஆச அடங்கலையே!..

,

கண்ணாடி வளையல் வண்டி,
வெள்ளி கொலுசு கட,
வீதியில போவது போல்...
கையாட்டி காலாட்டி

காதோட தோடாட்டி...
,

மேலத்தெரு பக்கம்
மெனக்கெட்டு நீ! நடக்க...
சோறுதிண்ண கையோட...
சொக்கா! கூட மாட்டாம நா!
சொரனகெட்டு ஓடிவந்தேன்...
,

ஏந்தெருவு பக்கம்
எதுக்குடி வந்தன்னா...
கவருமன்டு வீதிக்கு
கங்கானி நீயான்ன...
,

சோளக் கொல்ல காத்து பட்டு
சேலயெல்லாம் செண்டு வீச...
ஏம்மேல இழுத்து விட்டு
என்ன நீயும் வம்பிழுக்க...
,

ஆளக் கொல்லும் கண்ண வச்சி
ஆள் ஒசர முடிய வச்சி..
என்னக் கொல்ல பாக்குறியே!
கொரவளைய நெரிக்கிறியே!...
,

ஆத்தங்கரையில ஆத்தாடி
நீ! குளிக்க...
பாக்காம போனவன
பாத்ததா நீ! வம்பிழுக்க...

பாக்க நீயும் சொன்னியோ!
பாக்காதன்னு கொன்னியோ!

,

முட்டு சந்து முட்டி நிக்க...
முன்ன வந்து நீயும் நிக்க...
திரும்பி வந்த என்ன பாத்து
தைரியமில்லலன்னு நீ! சொன்ன...
சரி செவுத்தோட சாஞ்சிகிட்டு
செங்குத்தா நான் நடக்க...
நீ! கழுத்த மட்டுஞ் சாச்சிகிட்டு
கண்குத்த எனக் கடக்க...

,

கை! படல கால் தொடல...
கண்களிலும் தென்படல...
என் நெஞ்ச கீரியது
நீ சுமக்கும் மனசுதானோ...

,

கொஞ்சம் அசஞ்சிருந்தா...
கொல கூட செஞ்சிருப்ப...
பஞ்சா நெனச்சிருந்தானா!
பரலோகம் போயிருப்பேன்...

,

ஏறு நெத்தி ஏவாளே!
ஏற இறங்க பார்ப்பாளே...
ஊரு சனம் பேசுதடி
ஊரே என்ன ஏசுதடி...

,

விடிய விடிய கூத்து நடந்தும்
விடிந்ததே! தெரியாம
ஒன்ன நானும்
என்ன நீயும் பாத்தத
ஊரே பாத்துது...

,

கொசுவத்துல உசுர் முடிஞ்சி
கூட்டிகிட்டு போறவேளே...
பேசுன வாத்தையெல்லாம்
பேதலிச்சி நிக்குதடி..
ஏசுன வார்த்தையெல்லாம்
எதுக்களிச்சி கொல்லுதடி...

,

காதலிச்ச கதைய எல்லாம்
ஒன்னமாரி ஒளிச்சி வச்சி
தோழியிடம் சொல்லி சொல்லி
தோத்துப்போனது எத்தனையோ..

,

இருந்த ஒரு இதயம்
எடுத்துகிட்டு நீ! போக...
உனக்கு காதலனாகவும்
இவளுக்கு கணவனாகவும்
வாழ்வதாக நடிக்கிறேன்டி
நடிப்பே வாழ்க்கையானதடி.
****

<u>குழந்தைக்கு தாலாட்டு!</u>
என் ஏலக்காயே!

இந்த ஏழ பெத்த தாயே!
என் மிளகு ரசமே!
மனம் மீளவில்லை உன்வசமே!
என் சீர மிளகே!
உன் முன்
சிறியது இந்த உலகே!
என் கடுகு கருப்பே!
கண்ணிரெண்டும் வெளுப்பே!
என் வசம்பு வாசமே!
வாடாத பூ முகமே!

,

பேச்சி கேட்கும் பூச்சிகளா நீங்க..!
இங்கு கேட்கும் சங்குகளா நீங்க..!
வார்த்த கேட்கும் வண்டுகளா நீங்க...!
கொஞ்ச கேட்கும் குஞ்சிகளா நீங்க...!
என் சந்தோச உலகமே!
மறு பிறப்பு உண்மையே!
இந்த சின்ன வாய்க்கு
சீனிமிட்டாய் கேக்குதா!

,

மாமா மறவனூரு வருவாங்க
உனக்கு மரப்பாச்சி வாங்கி தருவாங்க
அத்த அரியலூரு போவாங்க
உனக்கு அரைஞாண் வாங்கி வருவாங்க
நான் இவ்வளவு பேசுறனே
இன்னும் நீ ஊமையா!
பொக்க வாய காட்டாதடா

நா! பொசுக்குன்னு ஓடையிறன்டா
****

சீவ முள்ளு பார்வையிலே!

சீவ முள்ளு பார்வையிலே!
என்ன சிக்க வச்சி போனவளே!
ஊடு வந்து சேர்ந்த பின்னும்
உருத்துதடி உன் நினைவு...
,

நெருஞ்சிப்பூ கண்ணால
உறிஞ்சி எவ்வுசுரெடுக்க...
வரஞ்சி வச்ச ஓவியமா
நீ! வந்து எம்முன்ன நிக்க...
,

கொஞ்சமா நாந்தொட்டா
நீ! கொறஞ்சி தான் போவீயா...
கொஞ்சாம நாவிட்டா
என்ன அறஞ்சி தான் போவீயா...
,

நா! எட்டி எட்டி பார்த்தும்
எட்டலையே! ஓம்மனசு...
நீ! திட்டி திட்டி தீர்த்தும்
திருந்தலையே!எந்தவிப்பு...
,

கொல்லையில வாடாமல்லி
உன் கொன்டையில குன்டுமல்லி...
வாடாமல்லி வாடி போச்சே...
நீ வச்ச பூவு வாடலையே...

,

காக்கரட்டாம்பூ அழகா!
காட்டுமல்லி செடியழகா!
பெண்ணே! உன் பிறையழகா!
பிளக்காத மொட்டழகா!

,

ஓடை குளியலிலே!
ஒய்யார நெளியலிலே!
வாடைத் தளியயிலே!
வாடாதோ! எம்மனசு...

,

காடை சிறுநெஞ்சு
கல்லாட்டம் இருநெஞ்சு
மேடை மேல்நெஞ்சு
மெல்ல நான் முகமமர...

,

சீனி சிரிப்பழகே!
சீரான நடையழகே!
மேனி திறப்பழகே!
மேயாதோ கண்ணிரண்டு...

,

சேலை சிறகினிலே!
சிக்கிய பூங்குயிலே!
ஓலை விரிப்பினிலே
ஓய்ந்திடுமோ உந்தவிப்பு...

,

வாழை உன்னிலே! என்

வாயது பெண்ணிலே!
சோலை கண்ணிலே! நான்
சோதனை நடத்திடவா...

,

தாழை பூவிருக்க...
தாழிட்டு அதுவிருக்க...
ஏழை நானவிழ்க்க...
ஏற்றிடுமோ பரிகாரம்.
****

<u>ஆசைகள் நூறுவகை!</u>
என் தனிமையை
உன்னோடு
சேர்ந்து ரசிக்க
விரும்புகிறேன்...

,

என் தொலைதூர பயணத்தில்
உன்னோடு
தொலைந்துபோக
ஆசைப்படுகிறேன்...

,

என் மகிழ்ச்சியை
உன்னோடு
பகிர்ந்துகொள்ள
நினைக்கிறேன்...

,

என் சோகங்களை
உனக்கு

தெரியாமல் அழித்துவிட
முயற்சிக்கிறேன்...
****

<u>அன்புள்ள வாழ்க்கைக்கு..,</u>
நான்
ஆயிரம் அணுக்களை
கொன்று பிறந்தவன்
ஆகவே,
நானொரு கொலைகாரன்...
,
பிறந்தது பிண்டமாக...
வளர்ந்து முண்டமாக...
வாலிபம் தெண்டமாக...
,
நாலு வயசு வரை
எங்கம்மா என்ன,
இடுப்பவிட்டு எறக்குனதே!
இல்லை...
,
எறக்கி விட்டவ
அதுக்கப்புறம்
தூக்குனது கூட இல்லை...
,
ஏன்னா?
தம்பின்னு ஒருத்தே! வந்து
தள்ளிவிட்டுட்டான்
கீழ என்ன...

,

கிட்டிபுல்லு, கோலிகுண்டு
ஆடாத ஆட்டம்
இல்ல..

,

கிரிக்கெட்டு, கபடின்னு
ஜெயிக்காத போட்டி
இல்ல..

,

பள்ளி பருவத்தில்
இந்த முறை எப்படியாவது
எடுக்க வேண்டும்
நல்ல மதிப்பெண்கள்...

,

கல்லூரி காலங்களில்
இந்த முறை எப்படியாவது
எல்லா படத்திலும்
தேர்ச்சி பெற வேண்டும்...
என்று
எண்ணி கொண்டே முடிந்து
பள்ளி பருவமும்...
கல்லூரி காலமும்.

,

பள்ளியில்
பாவம் பார்த்தும்
பாஸ் மார்க் போட்டாங்க...

,

பாவமே! பாக்காம
ஃபெயிலாவும் ஆக்குனாங்க...

,

நண்பர்கள் நான்கு பேரும்
எங்க போறோம்ன்னு தெரியாது
ஆனாலும் போவோம்...
என்ன பன்றோம்னு தெரியாது
ஆனாலும் பன்னுவோம்...

,

அடிதடிக்கு பஞ்சமில்லை
சண்டை சச்சரவுகள் கொஞ்சமில்லை...

,

அப்பா,
ஒரு முறையாவது
தினமும் கேட்கும் திருவாசகம்
உங்க பையன கொஞ்சம்
கண்டிச்சி வைங்க...

,

அதற்கு அவர் எழுதும் உரை
இரண்டே எழுத்தில்...

,

சரி,

,

ஆனால்!
ஒருநாள் கூட என்னிடம்
ஃகேட்டதில்லை...

,

ஆண்கள் என்ன
பாவம் செய்தோமோ!
,
ஒரு பொண்ண பாத்து
ப்ரபோஸ் பண்ணா...
கண்ணாடில
உன் மூஞ்ச பாத்திருக்கியா?
என்று கவிதையாய்
கேட்பாள்...
,
நானும்
பதில் கவிதையாக...
பார்த்தேன்,
அதில் உன் முகம் தான் தெரிந்து
என்று சொல்ல,
சிரித்துக்கொண்டேவும்
செல்வார்கள்...
முறைத்துக்கொண்டேவும்
செல்வார்கள்...
,
ஆனாலும்,
அந்த முயற்சி
தொடர்ந்து கொண்டேதான் இருக்கும்...
அந்த அவமானம்
நிகழ்ந்து கொண்டேதான் இருக்கும்....
,
கண்ணில் கண்ட பெண்ணையெல்லாம்

காதலிச்சும் பாத்தாச்சி...
கண்டபடி என்ன அவ
கழுவி ஊத்தி கேட்டாச்சி...

,

என்னை காயப்படுத்திய
அந்த நல்ல உள்ளங்களுக்கு
நன்றி...

,

சரி,
உருப்படியா ஏதாவது
செய்யலான்னு பாத்த...
ஊருப்படுரவன் செய்யட்டும்
உனக்கு எதுக்கு அதுவென்று
என் மனசாட்சி என்னோடு
மல்லுகட்டி நிக்குது..

,

இன்றோடு
விட்டுவிட வேண்டும் இந்த குடியை...
ஒவ்வொரு நாளின்
உறுதி மொழி இது.

,

சில நெருங்கிய நினைவுகளால்
நொறுங்கிய இதயத்திடம்
ஒரு நினைவு பல நினைவுகள்
ஆனதாய் சொல்லி
ஆறுதல் அடைந்தேன்...

,

பெத்தவங்க கூட...
என்ன பெத்த பாவத்துக்கு
சோறு போட்டு வளத்தாங்க...
அத சொல்லி சொல்லியும் கட்டுனாங்க...
,
எப்பவுமே!
புடிக்காத அப்பாவ...
அவர்
இறந்த பிறகு தான் புடிக்குது...
,
அடுத்த வேல சோத்துக்கு
ஆரு வந்து சம்பாதிச்சி கொடுப்பான்னு
யோசிக்கும்போது...
விதவிதமா! சட்டதுணி, சைக்கிள்,
வாட்ச் மகன்களுக்கு...
கழுத்து நிறைய சங்கிலி, புடவைகள்
மனைவிக்கு...
,
இப்படி,
நாங்க என்ன கேட்டலும்
வாங்கிகொடுத்த அப்பாவுக்கு
அவருக்குன்னு எதுவும்
வாங்கிக்க தெரியல...
என்ன வேணும்ன்னு
அவர கேக்க ஆளில்லை...
,
நான்

அடிக்கடி காசு திருட
இப்போ!
அப்பா! சட்டையும் இல்லை...
அவர் இறந்தது கூட தெரியாமல்
நான் சத்தமில்லாமல்
அவர் சட்டை பையில்
நான்
கடைசியாய் எடுத்த காசு
ரூபாய் நூற்றுமுப்பத்துஏழு புள்ளி ஐந்து பைசா...
,
அப்பா!
வெறும் வார்த்த இல்ல...
அது நா! தவமே! செய்யாம
எனக்கு கெடச்ச வரம்...
என்
கண்ணு முன்னாலயே! கிடந்தும்
நான் கவனிக்காமல்
போன பொக்கிஷம்...
என்
கையிலயே! இருந்தும்
நான் படிக்காமல் கிழித்த
வாழ்க்கை புத்தகம்...
,
அப்பா!
அது வெறும் வார்த்தை அல்ல...
பொக்கிஷம்!
வாழ்க்கை!

அனுபவம்!
உழைப்பு!
பாசம்!
அன்பு!
கண்ணீர்!
கடல்!
உலகம்!
உயிர்!
தத்துவம்! இப்படி
எல்லாவுமாய் இருந்தவர்...
,
இறக்கும் தருவாயில்
என்னென்ன நினைத்தாரோ!
,
என்னை
கஷ்டபடாமல் வளர்த்ததை எண்ணி
சந்தோசப்பட்டிருப்பாரா!
அல்லது
தவறு செய்துவிட்டோம்
என்று எண்ணி
வருத்தப்பட்டிருப்பாரா!
,
குடும்ப பாரத்தை
கொடுத்துவிட்டேன் உன்னிடம்
என்று
நிம்மதி அடைந்திருப்பாரா!
அல்லது

வெளங்காத பயலிடம்
விட்டுவிட்டு போறேனே!
என்று வேதனை அடைந்திருப்பரா!

,

வாழ்க்கையில
அடிப்பட்டு ஓதப்பட்டு
ஆயிரம் பேர்கிட்ட மிதிப்பட்டு
எனக்கும்
ஒரு வேலைய எழுதி வச்சிருந்தான்
இறைவன்.

,

அப்பா
இருக்கும் போதே! கிடைச்சிருந்தா!
கொஞ்சம் ஆறுதலா!
இருந்திருக்கும்.

,

கடைசியில் எப்படியோ!
ஒருத்தி ஒப்புக்கொண்டாள்
எனக்கும் கழுத்தை நீட்ட...

,

அவளிடம்
என்ன வேண்டும் என்று
நானும் கேட்டதில்லை...
இதுதான் வேண்டும் என்று
அவளும் சொன்னதில்லை...
இருந்ததை ஏற்றுக்கொண்டாள்
இல்லாததை அவள்

எதிர்பார்க்கவும் இல்லை...
,
ஆண், பெண் என
ஆனது இரு குழந்தைகள்...
என் அப்பாவின் நீட்சியாக
நான் என் பிள்ளைகளுக்காகவும்
என்
மனைவிக்காகவும் ஓடிக்கொண்டிருந்தேன்...
ஆனாலும்
அப்பாவின் உழைப்பையும், தியாகத்தையும்
என்னால்
ஒரு போதும் ஈடுசெய்ய முடியவில்லை.
,
எப்பொழுதுமே!
நாம் புரிந்து கொள்பவர்கள்
நம்மை
ஒருபோதும் புரிந்துகொள்வதில்லை...
,
அதுபோல் தான்
வாழ்க்கையும்...
,
வாழ்க்கையை தெளிவாக
தெரிந்துகொண்டேன்
,
ஆனால்!
அதன்பிறகு வாழ
வயதில்லை

தீர்ந்து போனது...
,
தெரிந்துகொண்ட
அனுபவங்களை கொண்டு
தெளிவாக ஒருமுறை
இம்மண்ணில் மீண்டும்
மனித பிறவியாய்
வாழ்ந்திட ஆசை...
,
நிறைவேறிய ஆசைகளையும்
நிறைவேறாத ஏக்கங்களையும்
காயங்கள் தந்த கண்ணீரோடும்
சோகங்கள் தந்த சுமைகளோடும்
வலிகள் தந்த வேதனையோடும்
வாழ்க்கை தந்த அனுபவத்தோடும்
மீண்டும் பிறக்க காத்திருக்கிறேன்
இன்றோடு முடிகிறது என்
இரண்டாம் ஆண்டு நினைவஞ்சலி..
****

அன்புள்ள மனைவிக்கு

பிறக்காத வெட்கத்தையும்
பிளக்காத இதழ்களையும்
விழுங்கும் விழிகளையும்
விளங்கும் மௌனத்தையும்
கண்டேனடி உன்னில்...
காயங்கள் என்னில்...
எனக்கு பிடித்தது...

,

உனக்கும் பிடித்ததா?

,

அதுவாக இருக்குமோ!
இதுவாக இருக்குமோ!
இல்லை
எதுவாக இருக்குமோ!
ஏங்கி தவித்தாயிற்று...
நான்! நீ! அவன், அவள் என்பது
நாம் என்றானது.

,

என் எண்ணம் உன் ஆசை...
உன் ஆசை என் பேராசை...
உன் ஆசைக்கொரு ஆணும்,
என் பேராசைக்கொரு பெண்ணும்
பிறந்தாயிற்று...

,

இது தான் வாழ்க்கை!
இதுதானே! வாழ்க்கை!
இதுதானா! வாழ்க்கை!
இதுவா! வாழ்க்கை
என்றெல்லாம் எண்ணியது
நானா! நீயா! நாமா!..

,

ஆசையோடு பேசவும்
செய்தேன்...
அசிங்கமாக திட்டவும்

செய்தேன்...
மீசையோடு மோகமும்
கொண்டாய்...
மீளாத சாபமும்
தந்தாய்...
,
சண்டையே! இல்லாமல்
கோபமும் கொள்வாய்...
சண்டையிட்டும் என்னை
முத்தத்தால் கொல்வாய்...
,
என்னை
குடிகாரனாக்கினாய் ஆக்கினாய்...
குடியானவனாகவும் ஆக்கினாய்
,
என்னை
புரியாமல் கொண்டவளே!...
புரிந்து கொன்றவளே!...
,
தெரியாமல் தெளிவுகொண்டேன்
தெரிந்து குழம்பிக்கொண்டேன்
,
உன்னிடம்
பேசி தீராத பிரச்சினைகளையெல்லம்
பேசி தீர்த்துக் கொள்ள...
விட்டுக்கொடுக்காத விசயங்களையெல்லம்
விட்டுக் கொடுத்துவிட...

மீண்டும் பிறக்க
காத்திருக்கிறேன்...
இன்றோடு முடிகிறது
என் இரண்டாம்
ஆண்டு நினைவஞ்சலி.
****

<u>எங்கிருக்கிறாய் நீ!</u>
இந்த பிரபஞ்சத்தின்
கடைசி காதலனாய் நான்...
கடைசி காதலியாய் நீ!

,

எப்பொழுது
எடுக்கலாம் உயிரையென்று
எமன் காத்துக்கொண்டிருக்கிறான்...

,

ஒருவரை மட்டுமே!
உயிரோடு விடுவதாய்
உறுதி அளித்துள்ளான்
என்னிடம்...

,

என்னை கண்டவுடன்
கனநேரம் யோசிக்காதே
மறந்தேனும்
மறுவாத்தை பேசிவிடாதே...

,

தோளோடு தழுவிக்கொள்
உடலோடு கட்டிக்கொள்

உதட்டோடு ஒட்டிக்கொள்...
,
நம் இருவருக்குமான
இடைவெளி குறைந்து
இருவர் ஒருவரானால்...
,
அந்த எமனும்
ஏமாந்து போவான்...
சாவையும்
சமாளித்து அனுப்பிவிடலாம்...
,
ஆரும் இல்லா!
தீவிலே! ஆதிவாசி
வாழ்க்கை வாழ்ந்து...
,
அடர்ந்த காட்டுக்குள்ளே
திறந்த வீட்டுக்குள்ளே
செல்போனில்
சிணுங்கலின்றி...
கணினியின்
கரைச்சலின்றி...
,
பறவைகளோடு பாடிக்கொண்டு
விலங்குகளோடு விளையாடிக் கொண்டு
,
இன்னும் கொஞ்ச நாள்
இணைபிரியாமல் சேர்ந்திருந்து

செத்துப்போனால்!
,
அடுத்து வரும் சந்ததிகள்
,
ஆதாம் ஏவாள் காலத்து
ஆப்பிள் கதையை
அழித்து...
,
ரோமியோ ஜூலியட்
காதல் கதையை
மறந்து...
,
ஷாஜகான் மும்தாஜ்
கல்லறை கதையை
தவிர்த்து...
,
உன் பெயரும்
என் பெயரும்
உதாரணமாக சொல்லட்டும்...
,
உதட்டுச்சாயம் பூச,
நீ!
ஒரு மணி நேரம் செலவிடாதே!...
,
நெற்றியில் பொட்டுவைக்க...
நீ!
நெடுநேரம் எடுத்துக்கொள்ளாதே!...

,
கூந்தலை அள்ளிமுடிய
நீ!
கூடுதல் நேரம் கேட்காதே!...
,
புருவத்திற்கு மையிட்டு
நீ!
பொழுதை கழிக்காதே!...
,
மாராப்பை சுற்ற...
நீ!
மணிகணக்கில் செலவிடாதே!...
,
காதோர ஜிமிக்கி
கழுத்தோர ஆரம்
கையோடு வளையல்
காலோடு கொலுசு
என
இவையனைத்தும் பூட்ட
நீ!
இன்னும் நேரம் எடுத்துக்கொள்வாய்
,
ஆதலால்...
,
நீ!
கட்டிய புடவையோடு
வந்தாலே போதுமானது...

,

எங்கிருக்கிறாயோ!

நீ !

என் கனவு கலையும் முன்னே

கண் முன்னே வந்துவிடு...

,

நான்

முழித்துக்கொள்ளும் முன்னே!

உன்

முகத்தையாவது காட்டி விடு...
****

<u>இதுவும் உன் சாபம் தானோ!</u>

அப்பொழுது

தான்

அடியெடுத்து வைக்கிறேன்...

பதினொன்றாம் வகுப்பிலிருந்து

பனிரெண்டாம் வகுப்பிற்கு•••

எல்லோரும்...

படிப்பதற்காக பள்ளிக்கு வர•••

நான்!

அவளை பார்ப்பதற்காகவே!

பள்ளிக்கு வந்தேன்!

,

என்

பனிரெண்டு வருட

பள்ளிப் பருவத்தில்

முதல் நாளே!

பள்ளிக்கு வருவது...
இதுவே!
முதல் முறை...
,
ஆம்!
ஒரு வருடம்
ஒன்றாகத்தான் படித்தோம்...
பக்கத்தில் இருந்தும்
பார்த்ததில்லை பெரிதாய்
அவளை...
,
படிப்பு என்பது
ஏதோ!
தைரியம் இல்லாதவர்களின்
தாய்மொழி!
என்று விட்டு விட்டேன்...
ஆனால்,
பின் நாளில் தான்
அது பிழையென்று
தெரிந்தது...
,
என்னைப் பற்றி,
என்! ஆசிரியர்
கேட்கும் முன்பே!
என் சகாக்கள்
இவன்
ஆடுவான் டீச்சர்!

பாடுவான் டீச்சர்!
எழுதுவான் டீச்சர்!
பேசுவான் டீச்சர்!
விளையாடுவான் டீச்சர்!
இப்படி
என் புகழ் பாடியே!
படிக்கவிடாமல்...
பாழாக்கிவிட்டார்கள்

,

நான்
படிக்கவில்லை என்று
ஆரம்பத்தில் என்னை
அடித்த ஆசிரியர்களும்...
பாவம், இவனுக்கு
படிப்பு மட்டும் தான் வரல
என்ன செய்வது?
என்று அப்படியே!
என்னை
விட்டுவிட்டார்கள்...

,

அதிலும்
ஒரு சில ஆசிரியைகள்
என்னை கேள்வியே!
கேட்க மாட்டார்கள்...
இதுதான்
நான்...

,

இப்படியிருக்க...

,

பதினொன்றாம் வகுப்பு
பாதியிலிருந்து
என்னையும் ஒருத்தி
ஏறெடுத்துப் பார்த்திருக்கிறாள்...
இதோ!
அதைப்பற்றிய ஓர்
அழகான நினைவுகள்...

,

நான்
வீட்டுப் பாடம் எழுதாமல்
எழுந்து நிற்கும்
போதெல்லாம்...
அவளும் எழுந்து
நிற்பாள்.
எனக்காக...

,

ஆனால்!

,

அப்போது தெரியவில்லை
அவள்
எனக்காக தான்
எழுந்து நிற்கிறாள் என்று...

,

என் ஈனப் புத்தியோ!
அப்பாடா!

என்னைவிடவும்
ஒரு கூமுட்டை!
இந்த கூட்டத்தில் உள்ளது
என்று
மகிழ்ச்சி அடைந்திருகிறேன்...
,
ஆனால்!
நான் எதேச்சையாக...
திரும்பிப் பார்க்க...
அவள்
என்னையே! உற்றுப் பார்க்க...
அவள்
என்னைத் தான் பார்க்கிறாளா!
என்று
திரும்பவும் நான்
திரும்பிப் பார்க்க...
நாக்கை கடித்தால்
நடுங்கிப் போனது
என் ஈரக்குலை!...
,
அன்று
முதன் முதலாக எனக்கு
பய உணர்வு வந்தது...
இனி திரும்பிப்
பார்க்கக் கூடாது
என்று!
தெளிவாய் சொன்னது மனசு...

,

நாட்கள் உருண்டோட...
ஆண்டு விழாவில்
நான்
அவதாரம் எடுத்தேன்,
பேச்சுப் போட்டி!
பாட்டுப் போட்டி!
விளையாட்டுப் போட்டி!
என எல்லாப் பிரிவுகளிலும்...
எனக்கே பாராட்டு மழை!

,

உனக்கு சுத்திப் போட
வேண்டுமென!
டீச்சர்கள் எல்லாம்
என்னை வாரி
அணைத்துக் கொண்டு
வாஞ்சையாக!
பேசினார்கள்...
ஆனால்!
சேலை கட்டி வந்து
சிறைபிடித்தாள்
மனதை அவள்!

,

நான் ஒரு பாடலுக்கு
ஆடி முடிக்க...
எனக்கு
வேண்டாதவர்கள் கூட

விசில்
அடித்து கொண்டாடினார்கள்
ஆனால்!
அடுத்து ஆட வந்த
அவளோ!
சேலைக் கட்டி வந்து
சிக்க வைத்தாள் உசுரை...
யார் இவள்?
,
ஏன்
நம் பார்வையில் படவில்லை
என்று
என்னும் போது தான்
என்னை அறியாமலே!
எனக்குள் நுழைந்தாள்...
,
எல்லோரும்
எனக்கு ரசிகர்கள்
ஆனால்!
நான் மட்டும்
அவள் ரசிகன்...
,
இத்தனை நாள்
ஏன் பார்க்கவில்லை
என்று
ஏங்க வைத்து விட்டாள்...
,

ஆனால்!
இவள் நம்மை
வகுப்பறையிலேயே!
வம்பிழுத்தவள் ஆச்சே!
பின்பு எப்படி?

,

ஆண்டு விழாவோடு!
அந்த ஆண்டு முடிந்தது...
மீண்டும் பார்க்கவே!
முதன் முறையாக
வந்தேன் முதல்நாளே!
வகுப்பிற்கு...

,

எல்லோரும் நலம்
விசாரித்துக் கொண்டனர்
நான்
பொதுவாகவே!
பெண்களிடம் பேசுவதில்லை...

,

ஆனால்!
அவள் கண்கள்
என்னிடம் ஏதோ சொன்னது!
அதற்குப் பதில் தெரியாமல்
நான்
பதற்றத்தில் பயந்தேன்
மறுபடியும்...

,

இப்படியே!
ஓடின எண்ணிலடங்கா
நாட்கள்..
,
எனக்கு
கவிதை எழுதுவது
இயல்பாகவே! வரும்
என்பதால்,
என் பள்ளி நோட்டுகளிலும்
பலவற்றை கிறுக்குவேன்...
,
பின்பு
என்றோ! ஒருநாள்
அவள்
எதேச்சையாக என் நோட்டை பார்க்கவே!
என் கவிதைகளை!
அவள் வாசிக்க மட்டுமல்ல...
சுவாசிக்கவும் ஆரம்பித்தாள்!
,
தினமும்
அவள் தோழி என்னிடம்
நோட்டை வாங்க,
அது
அவள் கைகளுக்கு
இடம் மாறும்...
,
அதை

கள்ளத்தனமாய் பார்த்ததுண்டு
நான்...
ஆனாலும்
ஆசை அடித்துக் கொல்லுது
என்ன செய்வதென்று
தெரியவில்லை...
,
நான் அதை
உறுதிப்படுத்தவே!
எழுதினேன்...
,
''என்னவளே!
நீ!
என்னைத் தவிர
வேறு யாரிடமும் பேசாதே!
உன் இதழ்களின்
இடையில் வழிவதால்
மொழிகள் அனைத்தும்
முத்தங்கள் ஆகின்றன''
என்று...
அதை
படித்ததோடு மட்டுமல்லாமல்
அவள்
இரு இதழ்களிலும்
விரல் வைத்து
எவரிடமும் பேசாமல்
உறுதி செய்தாள்

நான்!
அவள் இதயத்தில்
இருப்பதை...
,
இப்படி
எண்ணற்ற கவிதைகளை
நான் எழுதி
அவள் படிக்க!
என்னை
அடித்து துவைத்து
எழுத வைத்தது
இப்படியும்...
,
"திடப் பொருளாய்
உன் முத்தம்!
திரவப் பொருளாய்
உன் எச்சில்!
வாயுப் பொருளாய்
உன் சுவாசம்!
என்னுள் விதவிதமான
வேதியல் மாற்றங்கள்
இனிதாய் ஆரம்பித்தது
என்னுள்ளும்
காதல்"
,
இதை யோசித்து படித்தாள்
படித்தப் பின்பு யோசித்தாள்

ஒருமுறை
என்னை உற்றுப்
பார்த்து...
உதை வாங்கப் போகிறாய்!
என்று!
விரலை ஆட்டிவிட்டு
இதழ்களையும் மடித்து
என்னை
எச்சரிக்கை செய்தாள்!
,
ஆனால்!
அது நிராசை...
அதிலும்
இது பேராசை...
என்று
ஏக்கத்தோடும் ஏமாற்றத்தோடும்
விரக்தியின் விளிம்பில்
வாடிப்போனது
என் மனம்...
ஒன்றிரண்டு நாட்கள் கழித்து
அது உண்மையும் ஆனது!
,
(தொடரும்)

இந்த கவிதை தொகுப்பிற்கு நல்ல வரவேற்பு
கிடைத்தால் தொடர்ந்து எழுத ஆவலாக
உள்ளேன்.இதை தொடர்ந்து இரண்டாம் பாகம்,
பின்பு ஒரு சில கதைகளும் தயாராக உள்ளது.
,
எதிர்பார்ப்புகளுடன்
அழகேசன் அண்ணாதுரை